வனத்தூடாக உல்லாச நடை

Walking through the Jungle

Illustrated by Debbie Harter

Tamil by Nallathamby Rajalingam

mantra lingua

வனத்தூடாக உல்லாச நடை,

Walking through the jungle,

வனத்தூடாக உல்லாச நடை

Walking through the Jungle

Mantra Lingua
Global House
303 Ballards Lane
London N12 8NP
www.mantralingua.com

First published in Great Britain in 1997 by Barefoot Books Ltd
First dual language edition published in 2001 by Mantra Lingua
This edition published in 2006

எதை நீர் பார்க்கிறீர்?

What do you see?

I think I see a lion, chasing after me.

Roar!

கர்ச்சித்தல்!

நான் ஒரு சிங்கத்தைப் பார்க்கிறேன்
என எண்ணுகிறேன்,
என்பின் துரத்துகிறது.

மகா சமுத்திரத்தில் மிதக்கிறது,

Floating on the ocean,

எதை நீர் பார்க்கிறீர்?

What do you see?

I think I see a whale, chasing after me.

Whoosh!

வூஷ்!

நான் ஒரு திமிங்கிலத்தைப்
பார்க்கிறேன் என எண்ணுகிறேன்,
என்பின் துரத்துகிறது.

மலைகளில் ஏறுகின்றன,

Climbing in the mountains,

எதை நீர் பார்க்கிறீர்?

What do you see?

I think I see a wolf, chasing after me.

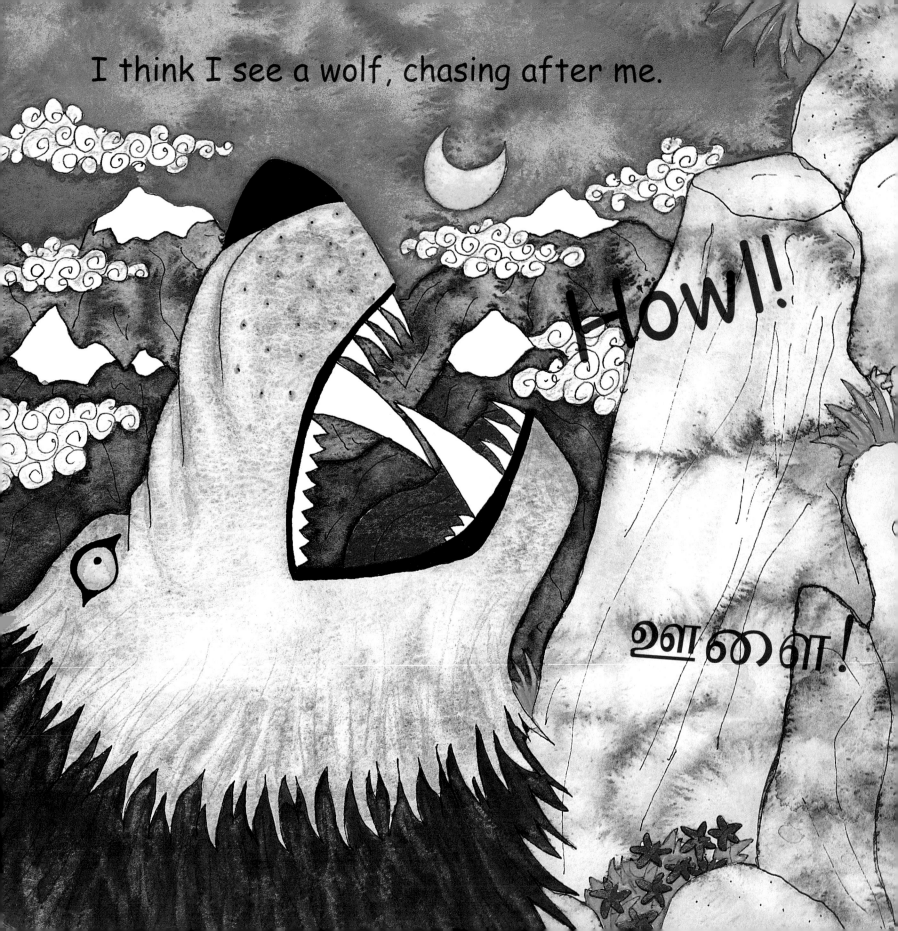

நான் ஒரு நரியைப் பார்க்கிறேன் என எண்ணுகிறேன்,
என்பின் துரத்துகிறது.

ஆற்றில் நீந்துதல்,

Swimming in the river,

எதை நீர் பார்க்கிறீர்?

What do you see?

I think I see a crocodile, chasing after me.

Snap! Snap!

கவ்வு! கவ்வு!

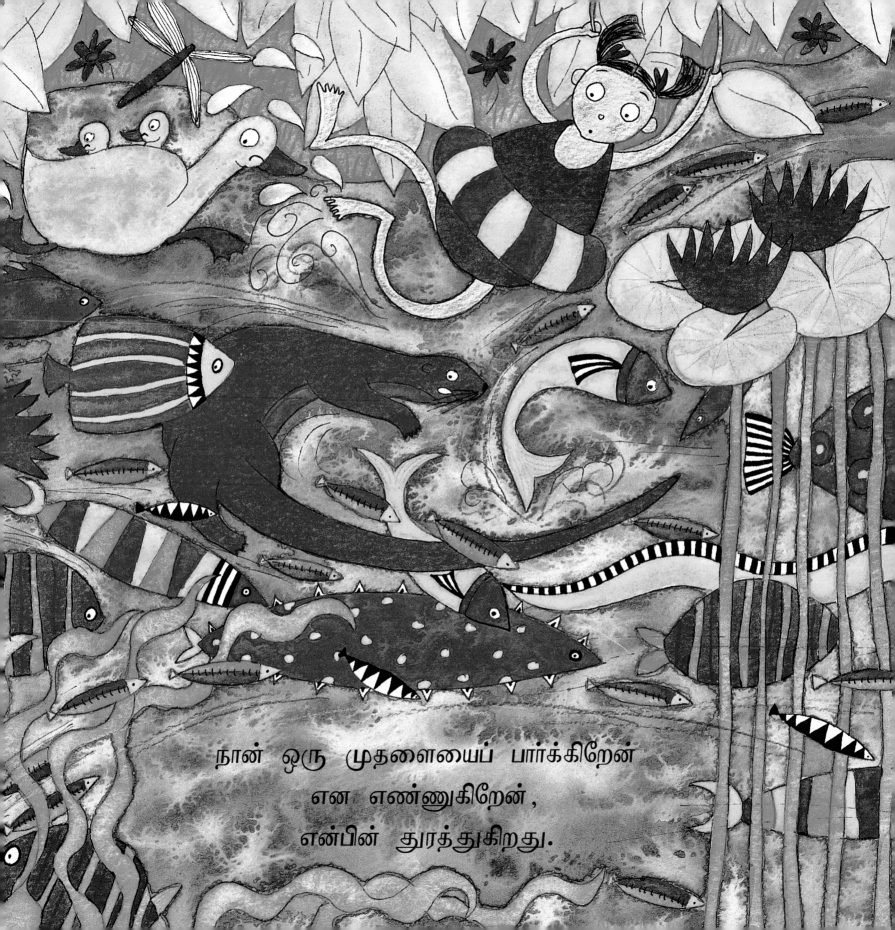

நான் ஒரு முதளையைப் பார்க்கிறேன்
என எண்ணுகிறேன்,
என்பின் துரத்துகிறது.

பாலைவனத்தில் சலிப்பான பயணம்,

Trekking in the desert,

எதை நீர் பார்க்கிறீர்?

What do you see?

I think I see a snake, chasing after me.

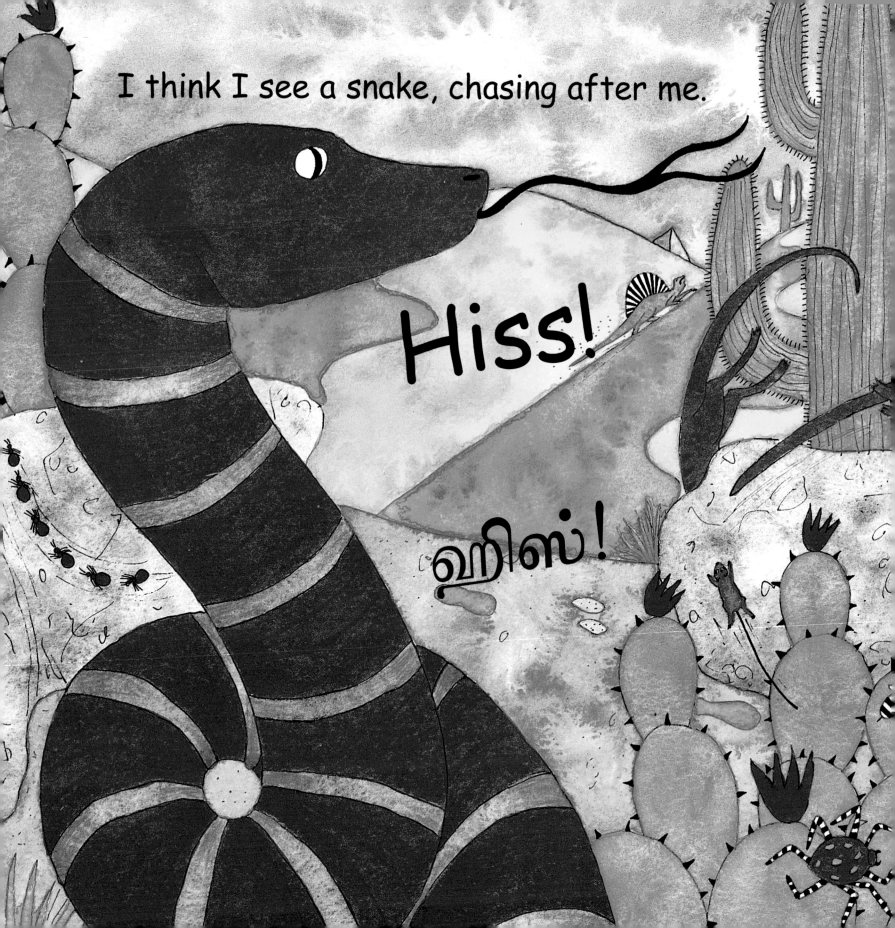

நான் ஒரு பாம்பைப் பார்க்கிறேன்
என எண்ணுகிறேன்,
என்பின் துரத்துகிறது.

பனிப்பாறைமீது வழுக்கிச் செல்லல்,

Slipping on the iceberg,

எதை நீர் பார்க்கிறீர்?

What do you see?

I think I see a polar bear,
chasing after me.

Growl!

உறுமு!

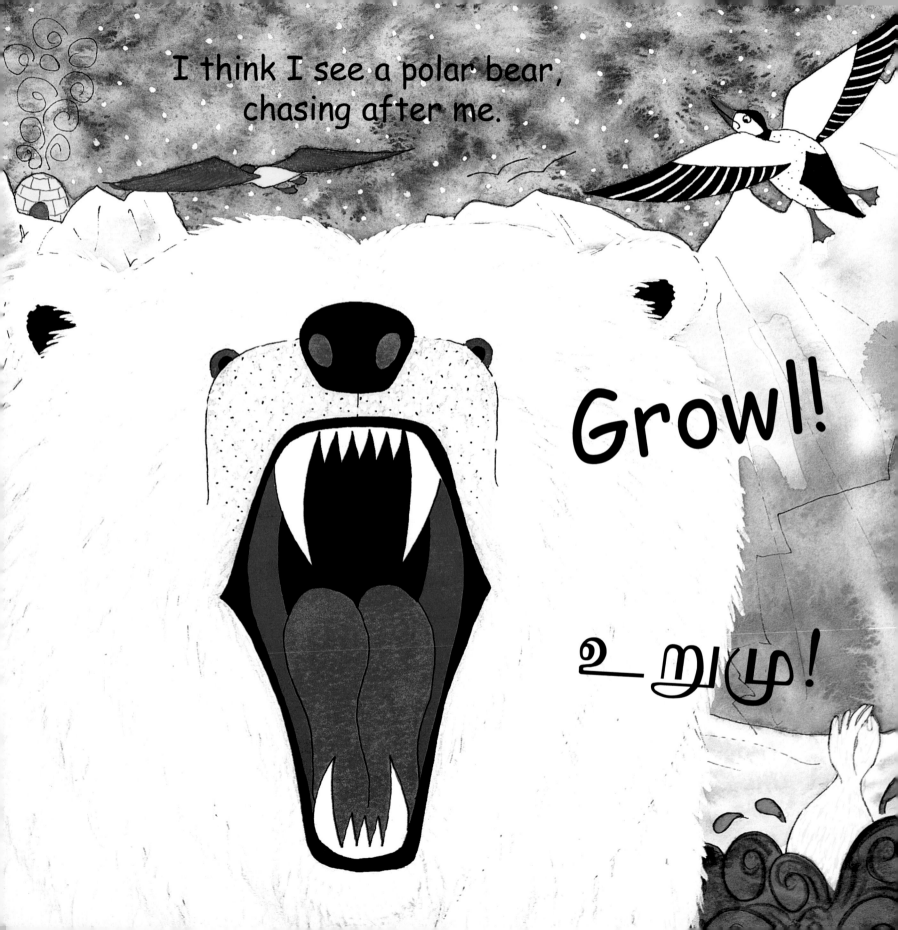

நான் ஒரு துருவக்கரடியைப் பார்க்கிறேன்
என எண்ணுகிறேன்,
என்பின் துரத்துகிறது.

இராப்போசனத்திற்காக விரைதல்,

Running home for supper,

எங்கு சென்றிருந்தீர்?

Where have you been?

நான் உலகம் சுற்றி மீண்டுள்ளேன்,

I've been around the world and back,

நான் எவற்றைப்பார்த்தேன்என ஊகிக்கவும்.

And guess what I have seen.